Impressum
Verlag: BABADADA GmbH, Nedderfeld 112 , 22529 Hamburg
Geschäftsführer / Verlagsleitung: Harald Hof
Druck: Books on Demand GmbH, In de Tarpen 42, 22848 Norderstedt

Imprint
Publisher: BABADADA GmbH, Nedderfeld 112 , 22529 Hamburg, Germany
Managing Director / Publishing direction: Harald Hof
Print: Books on Demand GmbH, In de Tarpen 42, 22848 Norderstedt

divide
ማካፈል

186/2

board
ሰሌዳ

classroom
መማሪያ ክፍል

school yard
የትምህርት ቤት ቅጥር
ግቢ

teacher
መምህር

paper
ወረቀት

write
መፃፍ

pen
እስክሪብቶ

desk
መፃፊያ ጠረጴዛ

ruler
ማስመሪያ

book
መጽሐፍ

pupil
ተማሪ

satchel

የጀርባ ቦርሳ

pencil case

የእርሳስ መያዣ

pencil

እርሳስ

pencil sharpener

የእርሳስ መቅረጫ

rubber

ላጲስ

drawing pad

የስዕል ደብተር

drawing

ስዕል

paintbrush

የቀለም ብሩሽ

paint box

የቀለም ሳጥን

scissors

መቀስ

glue

ማጣበቂያ

exercise book

መልመጃ ደብተር

homework

የቤት ስራ

12

number

ቁጥር

2+2

add

መደመር

5-2

subtract

መቀነስ

2×2

multiply

ማባዛት

calculate

ቁጥሮችን ማስላት

A

letter

ደብዳቤ

ABCDEFG HIJKLMN OPQRSTU VWXYZ

alphabet

ፊደላት

hello

word

ቃል

text

ፅሑፍ

read

ማንበብ

chalk

ጠመኔ

lesson

ትምህርት

register

ምዝገባ

examination

ፈተና

certificate

ሰርተፊኬት

school uniform

የትምህርት ቤት የደንብ ልብስ

education

ትምህርት

encyclopedia

አዉደ ጥበብ

university

ዩኒቨርስቲ

microscope

የምርምር አጉሊ መሳርያ

map

ካርታ

waste-paper basket

የቆሻሻ ወረቀት መጣያ ቅርጫት

hotel
ሆቴል

Grand

hostel
ማረፊያ ቤት

ROOMS

currency exchange office
የውጭ ገንዘብ ምንዛሪ ቢሮ

EXCHANGE

car
መኪና

language

ቋንቋ

yes / no

አዎ/ አይደለም

Okay

እሺ

hello

ሰላም

translator

አስተርጓሚ

Thank you

አመሰግናለሁ

how much is...?

ስንት ነዉ.......?

I don´t get it

አልገባኝም

problem

እክል

Good evening!

እንደምን አመሹ!

Good morning!

እንደምን አደሩ!

Good night!

መልካም ምሽት!

goodbye

ደህና ይሰንብቱ

direction

አቅጣጫ

luggage

ሻንጣ

bag

ቦርሳ

backpack

የጀርባ ቦርሳ

guest

እንግዳ

room

ክፍል

sleeping bag

የመተኛ ቦርሳ

tent

ድንኳን

tourist information

የጎብኚዎች መረጃ

beach

የባህር ዳርቻ

credit card

ክሬዲት ካርድ

breakfast

ቁርስ

lunch

ምሳ

dinner

እራት

Ticket

ቲኬት

elevator

አሳንስር

stamp

ማህተም

border

ድንበር

customs

ባህሎች

embassy

ኤምባሲ

visa

ቪዛ/የይለፍ ወረቀት

passport

ፓስፖርት

airplane
አዉሮፕላን

ship
መርከብ

fire truck
የእሳት አደጋ
መኪና

bus
አዉቶብስ

truck
የጭነት *መኪና*

motorboat
የሞተር ጀልባ

bike
ብስክሌት

car
መኪና

ferry

የማመላለሻ ጀልባ

boat

ጀልባ

motorbike

የሞተር ብስክሌት

police car

የፖሊስ *መኪና*

racing car

የዉድድር *መኪና*

rental car

የኪራይ *መኪና*

car sharing

የመኪና መጋራት

tow truck

ጎታች መኪና

garbage truck

የቆሻሻ ጭነት መኪና

engine

ሞተር

fuel

ነዳጅ

fuel station

የቤንዚን ማደያ

traffic sign

የመንገድ ምልክት

traffic

የመኪኖች እንቅስቃሴ

traffic jam

የመኪና መጨናነቅ

parking lot

የመኪና ማቆሚያ

train station

የባቡር ጣቢያ

tracks

የባቡር ሀዲዶች

train

ባቡር

tram

የኤሌክትሪክ ባቡር

wagon

ሰረገላ

helicopter

ሄሊኮፕተር

airport

አየር ማረፊያ

tower

ማማ

passenger

መንገደኛ

container

ማስቀመጫ፤ ማጠራቀሚያ

carton

ካርቶን እቃ ማሸጊያ

cart

ጋሪ፤ ተሳቢ

basket

ቅርጫት

take off / land

መነሳት/ ማረፍ

city

ከተማ

village

መንደር

city center

የከተማ ማዕከል

house

ቤት

movie theater
ሲኒማ

advert
ማስታወቂያ

street light
የመንገድ ዳር
መብራት

street
መንገድ

taxi
ታክሲ

CINEMA

pedestrian
እግረኛ

snack shop
የቁርስ መቆያ ሱቅ

sidewalk
ድንጋይ የተነጠፈበት የእግረኛ
መንገድ

zebra crossing
የእግረኛ መሻገሪያ

dumpster
የቆሻሻ
ማጠራቀሚያ

crossing
ማቋረጫ

traffic lights
የትራፊክ መብራቶች

hut
ጎጆ

apartment
አፓርታማ

train station
የባቡር ጣቢያ

city hall
የከተማ አዳራሽ

museum
ቤተ መዘክር

school
ትምህርት ቤት

university

ዩኒቨርስቲ

bank

ባንክ

hospital

ሆስፒታል

hotel

ሆቴል

pharmacy

መድሐኒት ቤት

office

ቢሮ

book shop

መፅሐፍ መሸጫ

shop

ሱቅ

flower shop

የአበባ መሸጫ

supermarket

የሸቀጣ ሸቀጥ መደብር

market

ገበያ ስቶራ

department store

መደብር

fishmonger's shop

የዓሳ ነጋዴ

mall

የገበያ ማዕከል

harbor

ወደብ

park

መናፈሻ ቦታ

bench

አግዳሚ ወንበር

bridge

ድልድይ

stairs

ደረጃዎች

subway

ዌስጥ ለዌስጥ

tunnel

ዋሻ

bus stop

የአዉቶቡስ ፌርማታ

bar

ባር

restaurant

ምግብ ቤት

postbox

የፖስታ ሳጥን

street sign

የመንገድ ምልክት

parking meter

የመኪና ማቆሚያ ሒሳብ የሚያሰላ ማሽን

zoo

የደር እንስሳት ማቆያ

swimming pool

የመዋኛ ገንዳ

mosque

መስጊድ

farm

እርሻ

pollution

የሚበክል ነገር

cemetery

መቃብር ስፍራ

church

ቤተ ክርስቲያን

playground

መጫወቻ ሜዳ

temple

ቤተ መቅደስ

landscape
መልከዓምድር

signpost
የመንገድ ላይ ምልክት

path
መንገድ

meadow
አረንጓዴ መስክ

stone
ድንጋይ

tree
ዛፍ

hiker
በእግሩ የሚጓዝ

river
ወንዝ

grass
ሳር

flower
አበባ

valley

ሸለቆ

hill

ኮረብታ

lake

ሀይቅ

forest

ጫካ

desert

በረሃ

volcano

እሳተ ገሞራ

castle

ግምብ

rainbow

ቀስተ ዳመና

mushroom

እንጉዳይ

palm tree

የቴምብር ዛፍ/ ዘንባባ

mosquito

ቢንቢ/ የወባ ትንኝ

fly

በራሪ

ant

ጉንዳን

bee

ንብ

spider

ሸረሪት

beetle

ጢንዚዛ

frog

እንቁራሪት

squirrel

ሽኮኮ

hedgehog

ጃርት

hare

ጥንቸል

owl

ጉጉት ወፍ

bird

ወፍ

swan

የዉሃ ዳክዬ

boar

ክርክሮ

deer

አጋዘን

moose

አጋዘን

dam

ግድብ

wind turbine

በነፋስ የሚሽከረከር

solar panel

የፀሀይ ፓኔሎ

climate

አየር ንብረት

waiter
አስተናጋጅ

menu
ማውጫ

chair
ወንበር

soup
ሾርባ

pizza
ፒዛ

cutlery
መክተፊያ

tablecloth
የጠረጴዛ ጨርቅ

starter
የምግብ ፍላጎትን የሚከፍት ምግብ

main course
ዋና ምግብ

dessert
ማጣጣሚያ ተከታይ ምግብ

drinks
መጠጦች

food
ምግብ

bottle
ጠርሙስ

fast food

ፈጣን ምግብ

street food

የመንገድ ምግብ

teapot

የሻይ ማንቆርቆሪያ

sugar bowl

የስኳር እቃ

portion

ድርሻ

espresso machine

የቡና ማፊያ ማሽን

high chair

ባለጌ ወንበር

bill

የክፍያ ደረሰኝ

tray

ትሪ

knife

ቢላዋ

fork

ሹካ

spoon

ማንኪያ

teaspoon

የሻይ ማንኪያ

serviette

ልብስ ምግብ እንዳይነካ የሚረዳ
ጨርቅ

glass

ብርጭቆ

plate

ዝርግ ሰሀን

soup plate

የሾርባ ጎድጓዳ ሰሀን

saucer

የስኒ ማስቀመጫ

sauce

ማጣፈጫ ስጎ

salt shaker

የጨዉ እቃ

pepper mill

የተፈጨ ቃሪያ

vinegar

ኮምጣጤ

oil

የምግብ ዘይት

spices

ቀመማ ቅመሞች

ketchup

የቲማቲም ድልህ

mustard

ሰናፍጭ

mayonnaise

ማዮኔዝ

special offer
ልዩ አቅራቦት

customer
ደምበኛ

dairy products
የወተት ተዋፅዖ

FOR

fruit
ፍራፍሬ

shopping cart
ባለ ጎማ የእጅ ጋሪ

butcher's shop

ሉካንዳ ነጋዴ

bakery

መጋገርያ

weigh

ክብደት መመዘን

vegetables

ቅጠላ ቅጠል አትክልት

meat

ስጋ

frozen food

የቀዘቀዘ/የረጋ ምግብ

cold cuts

ቀዝቃዛ ቁራጭ

canned food

የታሸገ ምግብ

detergent

የማጠቢያ ዱቄት

candy

ጣፋጮች

household products

የቤት ዉስጥ ዉጤቶች

cleaning products

የፅዳት ምርቶች

sales representative

የሽያጭ ባለሙያ

cash register

የገንዘብ መመዘቢያ ማሽን

cashier

የሒሳብ ሰራተኛ

shopping list

የግዢ ዝርዝር

opening hours

ክፍት ሰዓታት

wallet

የኪስ ቦርሳ

credit card

ክሬዲት ካርድ

bag

ቦርሳ

plastic bag

የፕላስቲክ ቦርሳ

water

ውሃ

juice

ጭማቂ

milk

ወተት

coke

ኮካ-ኮላ

wine

ወይን

beer

ቢራ

alcohol

አልኮል

cocoa

ኮካ

tea

ሻይ

coffee

ቡና

espresso

የተፈላ ቡና

cappuccino

ካፑቺኖ

banana

ሙዝ

apple

ፖም

orange

ብርቱካን

melon

ሀብሀብ

lemon

ሎሚ

carrot

ካሮት

garlic

ነጭ ሽንኩርት

bamboo

ሽምበቆ

onion

ቀይ ሽንኩርት

mushroom

እንጉዳይ

nuts

ለዉዝ

noodles

የህፃናት ምግብ

spaghetti

ፓስታ

rice

ሩዝ

salad

ሰላጣ

fries

የድንች ጥብስ

fried potatoes

ድንች ጥብስ

pizza

ፒዛ

hamburger

ዳቦ ዉስጥ በስሱ ተጠብሶ የገባ ስጋ

sandwich

ሳንድዊች

escalope

ጥሬ ስጋ

ham

የአሳማ ስጋ

salami

በቅመምና በጨዉ የታሸ ምግብ ቀዝቅዞ የሚበላ ሾርባ ምግብ

sausage

ቋሊማ

chicken

ዶሮ

roast

ጥብስ

fish

አሳ

porridge oats

የአጃ ገንፎ

muesli

ከወተት ጋር ተደባልቀዉ የሚበሉ ምግቦች

cornflakes

የበቆሎ ቅርፊት

flour

ዱቄት

croissant

ኩራሳ

bread roll

ድብልብል ዳቦ

bread

ዳቦ

toast

መጥበስ

cookies

ብስኩት

butter

ቅቤ

curd

እርጎ

cake

ኬክ

egg

እንቁላል

fried egg

እንቁላል ጥብስ

cheese

አይብ

ice cream

የበረዶ ክሬም

sugar

ስኳር

honey

ማር

jelly

ማርማላት

nougat cream

የተናጠ የወተት ክሬም

curry

ማጣፈጫ

goat

ፍየል

cow

ላም

calf

ጥጃ

pig

አሳማ

piglet

ግልገል አሳማ

bull

ኮርማ

goose

ዝይ

duck

ዳክዬ

chick

የዶሮ ጫጩት

hen

ዶር

cockerel

አዉራ ዶሮ

rat

አይጥ

cat

ደድመት

mouse

አይጥ

ox

በሬ

dog

ዉሻ

dog house

የዉሻ ቤት

garden hose

የአትክልት ቦታ

watering can

ዉሃ ማጠጫ ባልዲ

scythe

ረጅም ማጭድ

plow

ማረሻ

sickle

ማጭድ

hoe

መኮትኮቻ

pitchfork

የእህል መንሽ

axe

መጥረቢያ

pushcart

ኩርኩር/ የእጅ ጋሪ

trough

ገንዳ

milk can

የወተት ዕቃ

sack

ጆንያ ከረጢት

fence

አጥር

stable

የፈረስ ጋጣ

greenhouse

ዕፅዋት ማሳደጊያ የመስታዉት
ቤት

soil

አፈር

seed

ዘር

fertilizer

የመሬት ማዳበሪያ

combine harvester

ጥምር ማረሻ

harvest

አዝመራ መሰብሰብ

harvest

አዝመራ

yams

ድንች

wheat

ስንዴ

soya

ሶያ

potato

ድንች

corn

በቆሎ

rapeseed

የከብት መኖ

fruit tree

የፍሬ ዛፍ

manioc

የካሳቫ ዛፍ

grain

እህል

living room

ሳሎን

bathroom

መታጠቢያ ቤት

kitchen

ማድቤት

bedroom

መኝታ ቤት

kids room

የልጅ ክፍል

dining room

መመገቢያ ክፍል

floor

ወለል

wall

ግድግዳ

ceiling

ጣሪያ

cellar

ምድር ቤት

sauna

በእንፋሎት ሙቀት መታጠቢያ
ቤት

balcony

ሰገነት

terrace

ከፍ ያለ መደብ

pool

የመዋኛ ገንዳ

lawn mower

የማጨጃ መኪና

sheet

አንሶላ

bedspread

የአልጋ ልብስ

bed

አልጋ

broom

መጥረጊያ

bucket

ባልዲ

switch

ማብሪያና ማጥፊያ

carpet

ንጣፍ

drape

መጋረጃ

table

ጠረጴዛ

chair

ወንበር

rocking chair

ተወዛዋዥ ወንበር

armchair

ባለመደገፊያ ወንበር

book

መጽሐፍ

blanket

ብርድ ልብስ

decoration

ጌጥ

firewood

ማገዶ

film

ፊልም

stereo system

የሙዚቃ መማጫወቻ

key

ቁልፍ

newspaper

ጋዜጣ

painting

ስዕል

poster

የተለጠፈ ማስታወቂያ እንደ ስዕል

radio

ራዲዮ

notebook

ማስታወሻ ደብተር

vacuum cleaner

የአየር ማዕጃ ለምንጣፍ

cactus

ቁልቁል

candle

ሻማ

fridge
ማቀዝቀዣ

microwave oven
ማይክሮዌቭና ምግብ
ማብሰያ

kitchen scales
የኩሽና መመዘኛ ሚዛን

toaster
ዳቦ መጥበሻ

laundry detergent
ንፁህ ማድረጊያ

freezer
ማቀዝቀዣ

stove
ምድጃ

dishwasher
እቃ ማጠቢያ

cooker

ምግብ አብሳይ

pot

ማሰሮ

cast-iron pot

የብረት ማሰሮ

wok / kadai

ምግብ ማብሰያ ዝርግ ድስት

pan

የምግብ መጥበሻ

kettle

ማንቆርቆሪያ

steamer

የእንፉሎት ማብሰያ

baking tray

የመጋገሪያ ትሪ

crockery

ሰብስቦች

mug

ትልቅ ኩባያ

bowl

ጎድጓዳ ሳህን

chopsticks

ቾፕስቲክስ

ladle

ጭልፋ

spatula

መሰቅሰቂያ ዝርግ ማንኪያ

whisk

ማደባለቂያ

strainer

መወጠሪያ

sieve

ወንፊት

grater

መፈርፈሪያ መሳሪያ

mortar

ሲሚንቶ

barbecue

የፍም ጥብስ

fireplace

የተለቀቀ እሳት

chopping board

መክተፊያ

rolling pin

ተንሽራታች መርፌ

corkscrew

የጠርሙስ መክፈቻ

can

ጣሳ

can opener

የጣሳ መክፈቻ

oven cloth

የማስሮ መሸፈኛ

sink

ሳህን ማጠቢያ

brush

ብሩሽ

sponge

ስፖንጅ

blender

መደባለቂያ መሳሪያ

deep freezer

በጣም ማቀዝቀዣ

baby bottle

ጡጦ

tap

ቧንቧ

bathroom

መታጠቢያ ቤት

shower
መታጠቢያ

heating
ማሞቂያ

towel
ፎጣ

shower curtain
የመታጠቢያ ቤት
መጋረጃ

bubble bath
የአረፋ መታጠቢያ

bathtub
የመታጠቢያ ገንዳ

glass
ብርጭቆ

washing machine
የልብስ ማጠቢያ

tap
ቧንቧ

tiles
ማዕዘን ወለል

potty
ፖፖ

sink
ሳህን ማጠቢያ

toilet	squat toilet	bidet
ሽንት ቤት	የሽንት ቤት መቀመጫ	ሳፉ
urinal	toilet paper	toilet brush
የመንገድ ዳር መሽኛ	የሽንት ቤት ወረቀት	የሽንት ቤት ማፅጃ ብሩሽ

toothbrush

የጥርስ ብሩሽ

toothpaste

የጥርስ ሳሙና

dental floss

የጥርስ ማፅጃ ክር

wash

መታጠብ

hand shower

የእጅ መታጠቢያ

douche

መታጠቢያ

basin

ጎድጓዳ ሳህን

back brush

የጀርባ ብሩሽ

soap

ሳሙና

shower gel

የመታጠቢያ የሚዝለገለግ ሳሙና

shampoo

የፀጉር መታጠቢያ ሳሙና

flannel

ለስላሳ ጨርቅ

drain

ፍሳሽ

creme

ክሬም

deodorant

ጠረን መቀየሪያ ንጥረ ነገር

mirror

መስታወት

hand mirror

የእጅ መስታወት

razor

ምላጭ

shaving foam

የመላጫ አረፋ

aftershave

ከመላጨት በኋላ የሚቀባ ሽቱ

comb

ማበጠሪያ

brush

ብሩሽ

hair-dryer

የፀጉር ማድረቂያ

hairspray

በፀጉር ላይ የሚነፋ

makeup

የፊት መቀባቢያ

lipstick

የከንፈር ቀለም

nail varnish

የጥፍር ቀለም

cotton wool

የጥጥ ሱፍ

nail scissors

ጥፍር መቁረጫ

perfume

ሽቶ

washbag

ማጠቢያ ባልዲ

stool

መቀመጫ

weighing scales

ሚዛን

bathrobe

የመታጠቢያ ልብስ

rubber gloves

የላስቲክ ጓንት

tampon

ሞዴስ

sanitary towel

የዕዳት ፎጣ

chemical toilet

የሽንት ቤት ኬሚካል

alarm clock
የማንቂያ ደዉል ሰዐት

cuddly toy
የህፃን አሻንጉሊት

toy car
የመጫወቻ
መኪና

rattle
ማንገጫገጭ
መጫወቻ

doll's house
የአሻንጉሊት ቤት

present
ስጦታ

balloon

ፊኛ

bed

አልጋ

stroller

የህፃን ማንሻራሻሪያ ጋሪ

deck of cards

የካርታ መጫወቻ

jigsaw

ቁርጥራጭ ምስሎችን የማገጣጠም
እና ምስል የማግኛት ጨዋታ

comic

አዝናኝ

lego bricks

ተገጣጣሚ መጫወቻ

toy blocks

የመጫወቻ መገጣጠሚያዎች

action figure

የድርጊት ምስል

romper suit

የህፃን እድገት

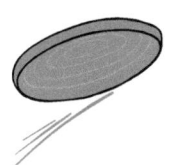

frisbee

የፕላስቲክ መጫወቻ ዝርግ ሰህን

mobile

ተወዛዋዥ የህፃን ማጫወቻ

board game

የሰሌዳ ጨዋታ

dice

የመጫወቻ ጠጠር

model train set

የመጫወቻ ባቡር

pacifier

የእንጀራ እናት ጡጦ

party

ድግስ

picture book

የስዕል መፅሀፍ

ball

ኳስ

doll

አሻንጉሊት

play

መጫወት

sandpit

የአሸዋ መጫወቻ

swing

ጓሮጓሮዊ

toys

መጫወቻዎች

video game console

የቪዲዮ መጫወቻ

tricycle

ባለ ሶስት ጎማ ብስክሌት

teddy bear

የአሻንጉሊት ድብ

wardrobe

ቁምሳጥን

clothing

አልባሳት

socks

ካልሲዎች

stockings

ስቶኪንጎች

tights

ታይት

scarf
የአንገት ልብስ

umbrella
ዣንጥላ

t-shirt
ከናቴራ

belt
ቀበቶ

boots
ቦቲ

slippers
የቤት ዉስጥ ነጠላ
ጫማ

sneakers
ስኒከሮች

sandals

ነጠላ ጫማዎች

shoes

ጫማዎች

rubber boots

የዝናብ ቡትስ

underwear

ሙታንታ

bra

ጡት መያዣ

undershirt

ሰደርያ

body

ሰዉነት

pants

ሱሪዎች

jeans

ጅንስ

skirt

ጉርድ ቀሚስ

blouse

ሸሚዝ

shirt

ሸሚዝ

pullover

የሚጠለቅ ሹራብ

sweater

ሹራብ

blazer

ዩኒፎርም ጃኬት

jacket

ጃኬት

coat

ኮት

raincoat

የዝናብ ኮት

costume

ልብስ

dress

ቀሚስ

wedding dress

የሙሽራ ቀሚስ

suit

ሱፍ

nightgown

የለሊት ልብስ

pajamas

የለሊት ልብስ

sari

ረጅም ቀሚስ

headscarf

ሂጃብ

turban

ጥምጣም

burka

ቡርቃ

kaftan

ሸርጥ

abaya

አባያ

swimsuit

የዋና ልብስ

trunks

አጭር ቁምጣ

shorts

ቁምጣዎች

tracksuit

የስራ ቱታ

apron

ሸርጥ

gloves

ጓንት

button

ቁልፍ

glasses

መነፅር

bracelet

አምባር

necklace

የአንገት ሀብል

ring

ቀለበት

earring

የጆሮ ጌጥ

cap

ኮፍያ

coat hanger

የኮት መስቀያ

hat

ኮፍያ

tie

ከረባት

zip

ዚፕ

helmet

የብረት ቆብ

braces

መደገፊያ

school uniform

የትምህርት ቤት የደንብ ልብስ

uniform

የደንብ ልብስ

bib

መሃረብ

pacifier

የእንጀራ እናት ጡጦ

diaper

ሽንት ጨርቅ

server
ማሰራጫ ጣቢያ

filing cabinet
የፋይል መደርደሪያ ካቢኔ

printer
የህትመት መሳሪያ

paper
ወረቀት

monitor
መቆጣጠሪያ

desk
መፃፊያ ጠረጴዛ

mouse
ማዉዝ

folder
ማህደር

keyboard
የመፃፊ ቁልፎች

waste-paper basket
የቆሻሻ ወረቀት መጣያ ቅርጫት

chair
ወንበር

computer
ኮምፒዉተር

coffee mug

የቡና መጠጫ ትልቅ ኩባያ

calculator

ማስሊያ ማሽን

internet

ኢንተርኔት

laptop

ላፕቶፕ

letter

ደብዳቤ

message

መልዕክት

cell phone

ተንቀሳቃሽ ስልክ

network

የግንኙነት አዉታር

photocopier

ማባዣ ማሽን

software

ሶፍትዌር

telephone

ስልክ

plug socket

የግድግዳ ሶኬት

fax machine

የፋክስ ማሽን

form

ቅፅ

document

ሰነድ

buy

መግዛት

pay

መክፈል

trade

መነገድ

money

ገንዘብ

dollar

ዶላር

euro

ዩሮ

yen

የን

rouble

ሩብል

Swiss franc

የስዊዝ ፍራንክ

renminbi yuan

ሬንሚንቢ ዩዋን

rupee

ሩጲ

cash point

የገንዘብ ነጥብ

currency exchange office

የዉጭ ገንዘብ ምንዛሪ ቢሮ

gold

ወርቅ

silver

ብር

oil

ዘይት

energy

ሀይል፤ ጉልበት

price

ዋጋ

contract

ግንኙነት

tax

ቀረጥ

stock

አክስዮን

work

መስራት

employee

ተቀጣሪ

employer

ቀጣሪ

factory

ፋብሪካ

shop

ሱቅ

police officer
የፖሊስ አባሃር

fireman
የእሳት አደጋ ሰራተኛ

cook
ምግብ አብሳይ

doctor
ዶክተር

pilot
አብራሪ

gardener

አትክልተኛ

carpenter

አናጢ

seamstress

ልብስ ስፊ ቤት

judge

ዳኛ

chemist

ቀማሚ

actor

ተዋናይ

bus driver

የአዉቶቢስ ሹፌር

taxi driver

የታክሲ ሹፌር

fisherman

አሳ አጥማጅ

cleaning lady

ጽዳት ሰራተኛ

roofer

የጣራ ሰራተኛ

waiter

አስተናጋጅ

hunter

አዳኝ

painter

ሰዓሊ

baker

ጋጋሪ

electrician

የኤሌትሪክ ሰራተኛ

builder

ገምቢ

engineer

መሃሃዲስ

butcher

ልኳንዳ

plumber

የቧንቧ ሰራተኛ

postman

የፖስታ ሰራተኛ

soldier

ወታደር

architect

መሃንዲስ

cashier

የሒሳብ ሰራተኛ

florist

አበባ ሻጭ

hairdresser

የፀጉር ሰራተኛ

conductor

ቲኬት ቆራጭ

mechanic

መካኒክ

captain

ካፒቴን

dentist

የጥርስ ሐኪም

scientist

ተመራማሪ

rabbi

መምህር

imam

የሙስሊም ሃይማኖታዊ መሪ

monk

መነኩሴ

pastor

ካህን

hammer
መዶሻ

pliers
ተቆላፊ ጉጠት

screwdriver
መፍቻ

wrench
የመሳሪ መፍቻ

torch
ባትሪ

excavator

በቁፋሮ የሚገዝቅ

toolbox

የመፍቻ ሳጥን

ladder

መሰላል

saw

መጋዝ

nails

ምስማር

drill

መሰርሰሪያ

repair

መጠገን

shovel

አካፋ

Damn!

የተረገመ!

dustpan

ቆሻሻ ማፈሻ

paint can

የቀለም ቆርቆሮ

screws

ብሎን

musical instruments

የሙዚቃ መሳሪያዎች

drum set
የከበሮ መሳሪያዎች

loud speaker
የድምፅ ማጉያ
መሳሪያ

double bass
ድርብ ቤዝ ጊታር

guitar
ክራር መስል የሙዚቃ
መሳሪያ

trumpet
የትንፋሽ ሙዚቃ
መሳሪያ

piano

ፒያኖ

violin

ቫዮሊን

bass

ወፍራም፤ ጎርናና ድምፅ ያለዉ
ክራር መሰል ሙዚቃ መሳሪያ

timpani

ነጋሪት

drums

ከበሮ

keyboard

በኤሌክትሪክ የሚሰራ ፒኖ

saxophone

የትንፋሽ ሙዚቃ መሳሪያ

flute

ዋሽንት

microphone

የድምፅ ማጉያ

entrance
መግቢያ

tiger
ነብር

cage
ሳጥን

zebra
የሜዳ አህያ

animal feed
የእንስሳ ምግብ

panda
ትልቅ ድብ

animals

እንስሳቶች

elephant

ዝሆን

kangaroo

ካንጋሮ

rhino

አዉራሪስ

gorilla

ትልቅ ዝንጀሮ

bear

ድብ

camel

ግመል

ostrich

ሰጎን

lion

አንበሳ

monkey

ጦጣ

flamingo

ቅልጥም ረጃጅም ወፍ

parrot

በቀቀን

polar bear

የወዋልታ ድብ

penguin

የዋልታ ወፎች

shark

ረጅም ጥርሶች ያሉትአሳ ነባሪ

peacock

ጣዎስ

snake

እባብ

crocodile

አዞ

zookeeper

የዱር አራዊት የሚጠበቁበት
ማቆያያን የሚጠብቅ

seal

አሳ በሊታ የባህር እንስሳ

jaguar

የዱር ድመት

pony

ድንክ ፈረስ

leopard

ነብር

hippo

ጉማሬ

giraffe

ቀጭኔ

eagle

ንስር

boar

ከርከሮ

fish

አሳ

turtle

የባህር ኤሊ

walrus

የባህር አጤራ

fox

ቀበሮ

gazelle

የሜዳ ፍየል፤ ሚዳቋ

የስፖርት አይነቶች

American football
የአሜሪካ እግርኳስ

cycling
የብስክሌት ስፖርት

tennis
ቴኒስ

basketball
የቅርጫት ኳስ

swimming
ዋና

boxing
የቦጢ ስፖርት

ice hockey
የበረዶ ላይ የገና ጨዋታ

soccer
እግር ኳስ

badminton
የላባ ኳስ ጨዋታ

athletics
አትሌቲክስ

handball
የእጅ ኳስ ስፖርት

skiing
የበረዶ መንሸራተት ስፖርት

polo
ፈረስ ግልቢያ

jump
መዝለል

laugh
መሳቅ

hug
ማቀፍ

walk
መራመድ

sing
መዘመር

dream
ህልም ማለም

pray
መፀለይ

kiss
መሳም

write	draw	show
መፃፍ	መሳል	ማሳየት
push	give	take
መግፋት	መስጠት	መዉሰድ

have

መያዝ

do

ማድረግ

be

መሆን

stand

መቆም

run

መሮጥ

pull

መሳብ

throw

መወርወር

fall

መዉደቅ

lie

መዋሸት

wait

መጠበቅ

carry

መሸከም

sit

መቀመጥ

get dressed

መልበስ

sleep

መተኛት

wake up

መንቃት

look at

መመልከት

cry

ማለልቀስ

stroke

መጫር

comb

ማበጠር

talk

ማዉራት

understand

መረዳት

ask

ጥያቄ

listen

ማዳመጥ

drink

መጠጣት

eat

መብላት

tidy up

ማንፃት

love

ማፍቀር

cook

ምግብ ማብሰል

drive

መንዳት

fly

መብረር

sail

መርከብ መንዳት

calculate

ቁጥሮችን ማስላት

read

ማንበብ

learn

መማር

work

መስራት

marry

ማግባት

sew

መስፋት

brush teeth

ጥርስ መቦረሽ

kill

መግደል

smoke

ማጨስ

send

መላክ

grandmother
የሴት አያት

grandfather
የወንድ አያት

father
አባት

mother
እናት

baby
ህፃን

daughter
ሴት ልጅ

son
ወንድ ልጅ

guest

እንግዳ

aunt

አክስት

uncle

አጎት

brother

ወንድም

sister

እህት

forehead
ግንባር

eye
አይን

shoulder
ትከሻ

finger
ጣት

face
ፊት

chin
አገጭ

hand
እጅ

breast
ጡት

leg
እግር

arm
ክንድ

baby

ህፃን

man

ሰዉ

woman

ሴት

girl

ልጃገረድ

boy

ወንድ ልጅ

head

ራስ

back

ጀርባ

belly

ሆድ

navel

እምብርት

toe

የእግር ጣት

heel

ተረከዝ

bone

አጥንት

hip

ዳሌ

knee

ጉልበት

elbow

ክርን

nose

አፍንጫ

buttocks

ቂጥ

skin

ቆዳ

cheek

ጉንጭ

ear

ጆሮ

lip

ከንፈር

body - አካል

mouth

አፍ

tooth

ጥርስ

tongue

ምላስ

brain

አንጎል

heart

ልብ

muscle

ጡንቻ

lung

ሳምባ

liver

ጉበት

stomach

ሆድ

kidneys

ኩላሊቶች

sex

የግብረስጋ ግንኙነት

condom

ኮንዶም

ovum

የሴት እንቁላል

semen

የዘር ፈሳሽ

pregnancy

እርግዝና

body - አካል

menstruation

የወር አበባ

vagina

እምስ

penis

ቁላ

eyebrow

ቅንድብ

hair

ጠጉር

neck

አንገት

hospital
ሆስፒታል

ambulance
አምቡላንስ

wheelchair
ተሽከርካሪ ወንበር

fracture
ስብራት

doctor

ዶክተር

emergency room

ድንገተኛ ክፍል

nurse

ነርስ

emergency

ድንገተኛ

unconscious

ራስን መሳት/ አለማወቅ

pain

ህመም

injury

ጉዳት

bleeding

መድማት

heart attack

የልብ ድካም

stroke

ስትሮክ

allergy

አለርጂ

cough

ሳል

fever

ትኩሳት

flu

ኢንፍሎዌንዛ

diarrhea

ተቅማጥ

headache

የራስ ምታት

cancer

ካንሰር

diabetes

የስኳር በሽታ

surgeon

ቀዶ ጠጋኝ ሐኪም

scalpel

የቀዶ ጥገና ስለት

operation

ቀዶ ጥገና

CT

ሲቲ

x-ray

ኤክስሬዮ

ultrasound

አልትራሳዉንድ

face mask

የፊት ጭምብል

disease

በሽታ

waiting room

መጠበቂያ ክፍል

crutch

ምርኩዝ

plaster

የቁስል ማሸጊያ

bandage

ፋሻ

injection

መርፌ

stethoscope

የልብ ምት ማዳመጫ መሳሪያ

stretcher

የበሽተኛ አልጋ

clinical thermometer

የህክምና ሙቀት መለኪያ መሳሪያ

birth

መውለድ

overweight

ከልክ ያለፈ ክብደት

hearing aid

ለመስማት የሚረዳ መሳሪያ

disinfectant

ፀረ ተባይ መድሀኒት

infection

ማ$\Ma$ርቀዝ

virus

ቫይረስ

HIV / AIDS

ኤች አይቪ ኤድስ

medicine

ህክምና

vaccination

ክትባት

tablets

ኪኒን

pill

ኪኒን

emergency call

አስቸኳይ የስልክ ጥሪ

blood pressure monitor

ደም ግፊት መቆጣጠሪያ

ill / healthy

ህመም/ ጤንነት

Help!

እርዳታ!

alarm

ማንቂያ ደዉል

assault

ጥቃት

attack

ድብደባ

danger

አደጋ

emergency exit

የድንገተኛ መዉጫ

Fire!

እሳት!

fire extinguisher

እሳት ማጥፊያ

accident

አደጋ

first-aid kit

የመጀመሪያ እርዳታ መድሃኒት መያዣ

SOS

ነፍስ አድን

police

ፖሊስ

Europe

አዉሮፓ

North America

ሰሜን አሜሪካ

South America

ደቡብ አሜሪካ

Africa

አፍሪካ

Asia

እስያ

Australia

አዉስትራሊያ

Atlantic

አትላንቲክ

Pacific

ፓስፊክ

Indian Ocean

የህንድ ዉቅያኖስ

Antarctic Ocean

አንታርክቲክ ዉቅያኖስ

Arctic Ocean

አርክቲክ ዉቅያኖስ

North pole

ሰሜን ዋልታ

South pole

ደቡብ ዋልታ

Antarctica

አንታርክቲካ

earth

ምድር

land

መሬት

sea

ባህር

island

ደሴት

nation

አገርና ህዝብ

state

መንግስት

clock face

የሰዓት ገፅታ

hour hand

ሰዓት

minute hand

ደቂቃ

second hand

ሴኮንድ

What time is it?

ስንት ሰዓት ነው?

day

ቀን

time

ጊዜ

now

አሁን

digital watch

የቁጥር ሰዓት

minute

ደቂቃ

hour

ሰዓታት

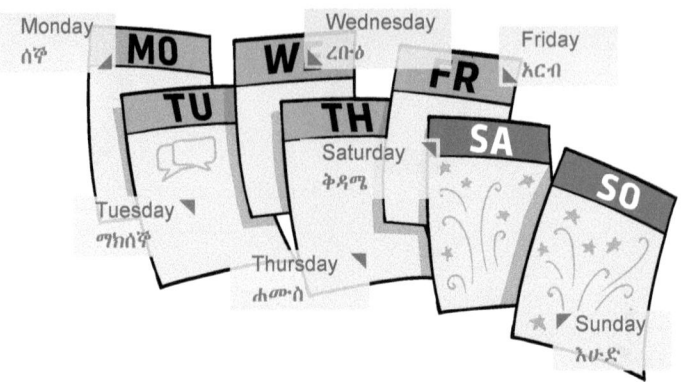

Monday
ሰኞ

Wednesday
ረቡዕ

Friday
ዓርብ

Tuesday
ማክሰኞ

Saturday
ቅዳሜ

Thursday
ሐሙስ

Sunday
እሁድ

yesterday

ትላንት

today

ዛሬ

tomorrow

ነገ

morning

ማለዳ

noon

ቀትር

evening

ምሽት

MO	TU	WE	TH	FR	SA	SU
1	2	3	4	5	6	7
8	9	10	11	12	13	14
15	16	17	18	19	20	21
22	23	24	25	26	27	28
29	30	31	1	2	3	4

workdays

የስራ ቀናት

MO	TU	WE	TH	FR	SA	SU
1	2	3	4	5	6	7
8	9	10	11	12	13	14
15	16	17	18	19	20	21
22	23	24	25	26	27	28
29	30	31	1	2	3	4

weekend

የዕረፍት ቀናት

rain
ዝናብ

snow
ጥጥ የሚመስል አመዳይ
በረዶ

w
ንፋስ

spring
ፀደይ

fall
መኸር

summer
በጋ

winter
ክረምት

weather forecast

የአየር ሁኔታ ትንበያ

thermometer

የሙቀት መለኪያ

sunshine

የፀሀይ ሙቀት

cloud

ደመና

fog

ጭጋግ

humidity

እርጥበታማነት

lightning

መብረቅ

thunder

ነጎድጓድ

storm

አዉሎ ንፋስ

hail

የበረዶ ዝናብ

monsoon

አዉሎ ንፋስ

flood

ጎርፍ

ice

በረዶ

January

ጥር

February

የካቲት

March

መጋቢት

April

ሚያዚያ

May

ግንቦት

June

ሰኔ

July

ሐምሌ

August

ነሀሴ

year - ዓመት

September

መስከረም

October

ጥቅምት

November

ህዳር

December

ታህሳስ

shapes

ቅርፆች

circle

ክብ

square

አራት ማዕዘን

rectangle

አራት ቀጥተኛ ማዕዘኖች ጎኖች
ያሉት ቅርፅ

triangle

ሶስት ማዕዘን

sphere

ሉል

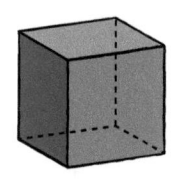

cube

ስድስት ጎን ያለዉ ቅርፅ

white

ነጭ

yellow

ቢጫ

orange

ብርቱካናማ

pink

ሮዝ

red

ቀይ

purple

ወይን ጠ፟ጅ

blue

ሰማያዊ

green

አረንጓዴ

brown

ቡኒ

gray

ግራጫ

black

ጥቁር

a lot / a little

ብዙ/ ጥቂት

angry / calm

ንዴት/ እርጋታ

beautiful / ugly

ቆንጆ/ አስቀያሚ

beginning / end

ጅማሬ/ ፍፃሜ

big / small

ትልቅ/ ትንሽ

bright / dark

ደማቅ/ ደብዛዛ

brother / sister

ወንድም/ እህት

clean / dirty

ንፁህ/ ቆሻሻ

complete / incomplete

የተሟላ/ ያልተሟላ

day / night

ቀን/ ምሽት

dead / alive

የሞተ/ ህያዉ

wide / narrow

ሰፊ/ ጠባብ

edible / inedible

የሚበላ/ የማይበላ

evil / kind

ክፉ/ ደግ

excited / bored

ደስተኛ/ ድብርተኛ

fat / thin

ወፍራም/ ቀጭን

first / last

መጀመርያ/ መጨረሻ

friend / enemy

ጓደኛ/ ጠላት

full / empty

ሙሉ/ ጎዶሎ

hard / soft

ጠንካራ/ ለስላሳ

heavy / light

ከባድ/ ቀላል

hunger / thirst

ረሃብ/ ጥማት

ill / healthy

ህመም/ ጤንነት

illegal / legal

ህገወጥ/ ህጋዊ

intelligent / stupid

ጎበዝ/ ደደብ

left / right

ግራ/ ቀኝ

near / far

ቅርብ/ ሩቅ

86   opposites - ተቃራኒዎች

new / used

አዲስ/ አሮጌ

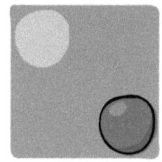

nothing / something

ምንም/ የሆነ ነገር

old / young

ሽማግሌ/ ወጣት

on / off

የበራ/ የጠፋ

open / closed

ክፍት/ ዝግ

quiet / loud

ፀጥታ/ ጩኸታ

rich / poor

ሃብታም/ ደሃ

right / wrong

ትክክለኛ/ የተሳሳተ

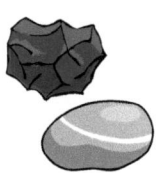

rough / smooth

ሻካራ/ ለስላሳ

sad / happy

ሐዘን/ ደስታ

short / long

አጭር/ ረዥም

slow / fast

ዝግተኛ/ ፈጣን

wet / dry

እርጥብ/ ደረቅ

warm / cool

ሞቃት/ ቀዝቃዛ

war / peace

ጦርነት/ ሰላም

0

zero

ዜሮ

1

one

አንድ

2

two

ሁለት

3

three

ሶስት

4

four

አራት

5

five

አምስት

6

six

ስድስት

7

seven

ሰባት

8

eight

ስምንት

9

nine

ዘጠኝ

10

ten

አስር

11

eleven

አስራ አንድ

12

twelve

አስራ ሁለት

13

thirteen

አስራ ሶስት

14

fourteen

አስራ አራት

15

fifteen

አስራ አምስት

16

sixteen

አስራ ስድስት

17

seventeen

አስራ ሰባት

18

eighteen

አስራ ሰስምንት

19

nineteen

አስራ ዘጠኝ

20

twenty

ሃያ

100

hundred

መቶ

1.000

thousand

ሺህ

1.000.000

million

ሚሊዮን

languages

ቋንቋዎች

English

እንግሊዝኛ

American English

የአሜሪካ እንግሊዝኛ

Chinese Mandarin

የቻይና ማንዳሪን

Hindi

ሂንዱ

Spanish

ስፓኒሽ

French

ፍሬንች

Arabic

አረብኛ

Russian

ራሺያኛ

Portuguese

ፖርቱጊዝ

Bengali

ቤንጋሊ

German

ጀርመን

Japanese

ጃፓንኛ

I

እኔ

you

አንተ

he / she / it

እሱ/ እርሷ/ እቃዉ

we

እኛ

you

አንተ

they

እነርሱ

who?

ማን?

what?

ምን?

how?

እንዴት?

where?

የት?

when?

መቼ?

name

ስም

behind

በስተ ጀርባ

in

ዉስጥ

in front of

ከፊት ለፊት

over

ከላይ

on

ላይ

under

ከስር

beside

አጠገብ

between

መሃከል

place

ቦታ